Những Bài Thơ Tình Viết Trong Bóng Tối

thơ NK
Hàng Thị xuất bản
2019

Những Bài Thơ Tình Viết Trong Bóng Tối

thơ NK
Hàng Thị xuất bản
2019

Copyright © 2019 N.K. Tran
All Rights Reserved

Library of Congress Control Number: 2019912887
Title: Những Bài Thơ Tình Viết Trong Bóng Tối
Subtitle: thơ NK
Author: Tran, N.K.
First edition in print 2019

ISBN-13: 978-1-949875-08-9
ISBN-10: 1-949875-08-3

Printed and bound in the United States of America

Published by
Hàng Thị
Henrico, Virginia, USA
www.hangthi.com

Cover design by André Tran
Illustrations used with permissions as noted

Vào Đây Sẽ Gặp

Lời Nói Đầu 1
Tình Đàn 3
   Ngồi Quán 5
   Ca Đêm 6
   Trăng Thương Nhớ 7
   Mảnh Hồn Bỏ Quên 9
   Tình Đàn 10
   Lòng Đây Tưởng Đó 11
   Hương Người Trong Tay 12
   Con Tim Trên Bàn Tay 14
   Nhớ Nét Cười Xưa 16
   Thùy Dương 18
   Dưới Chân Thánh Giá 21
   Đền Ơn Cứu Tử 23
   Một Chuyện Không Đâu 25
   Nàng Đi Tranh Giải Bóng Bàn 27
   Một Thoáng Trong Tay 29
   Kỳ Ngộ 30

Đà Lạt, Một Mùa Thu 32
　　Bài Thơ Tạm Biệt 34
　　Sao Em Không Đến Chiều Nay 36
　　Buổi Sáng Trời Tươi 39

Truyện Chúng Mình Như Café Sữa 43
　　Hội Ngộ, Niềm Tin Và Hi Vọng 45
　　Hoa Nở Vì Ai 47
　　Khúc Hát Trên Biển 49
　　Để Mừng Sinh Nhật 55
　　Truyện Chúng Mình Như Café Sữa 60
　　Bản Tự Kiểm 61
　　Con Kiến Trở Thành Chúa Tể 63
　　Kể Chuyện Mua Quà 65
　　Ngàn Xưa Có Ốc 68
　　Một Mình Anh Với Hồng Nhan 70
　　Một Ngày Em Bỏ Ta Đi 72
　　Chợt Mưa Chợt Nắng 74
　　Thương Anh Đừng Giận Anh Lâu 76
　　Ta Vẫn Gần Nhau 78
　　Muốn Biết Vì Đâu 81

Bài Thơ Bên Suối 83
　　Tình Khúc Số 1 85
　　Tình Ma 87
　　Đi Ngang Trường Học 88
　　Ngày Về 90
　　Khát Vọng 92
　　Hịch 94
　　Đêm Với Mưa 98
　　Một Phút Buồn 100
　　Bài Thơ Bên Suối 102
　　Khóc Kể Tình Đau 104
　　Trở Lại 107
　　Truyện Chúng Mình 109
　　Như Xưa 112
　　Nói Với Anh 114

 Em Vẫn Chưa Hề Thay Đổi? 116
 Hoa Mừng Sinh Nhật 118
 Mưa Khi Anh Ra Đi 121

Ngoại Tập 125
 Thư Về Cố Hương....................................127
 Nếu 129
 Đêm Mưa Đất Khách 132
 Thức Đêm 133
 Ta Mất Em Nên Lạc Hướng Đời..................134
 Dự Đám Cưới Tình Xưa 135
 Đôi Guốc 136
 Chiếc Khăn Tay 138

Chú Thích..141

Illustration Credits

Những Bài Thơ Tình Viết Trong Bóng Tối
Photo from 123rf.com, used with license

Tình Đàn
Photo by NK

Truyện Chúng Mình Như Café Sữa
Photo from 123rf.com, used with license

Bài Thơ Bên Suối
Photo by NK

Ngoại Tập
Photo by NK

Chú Thích
Photo by NK

Lời Nói Đầu

Như tên gọi, tập thơ này thu nhặt những bài thơ tình đã được viết ra trong bóng tối. Trong khoảng thời gian đó, mọi ý nghĩ chân thực đều phải được vùi kín không thể hé lộ, lời nói công khai phải được cân nhắc từng âm tiết trước khi phát ra. Những tâm tình lỡ viết thành thơ, dù vô thưởng vô phạt, lẽ nào dám không chôn giấu?

Vì thế, hầu hết các bài thơ này có lẽ đã chìm luôn vào bóng tối, nếu như không có hai cháu Sương và Đỉnh, cùng cụ Phan, thân mẫu một người bạn, đã giúp giữ gìn suốt mười, hai mươi năm không suy suyển, từng bài riêng lẻ. Khi góp lại phần "tình" thì chọn được khoảng 60 bài, họp thành tập thơ này. Ngoài ra, còn một tập thơ nữa, thuộc phần "tâm", chưa tiện phát hành.

Tập thơ được sắp thành bốn chương. Ba chương đầu chỉ phân chia theo sở thích riêng của tác giả mà không theo thứ tự thời gian - vì trong bóng tối thì làm gì có mốc để phân chia. Chương bốn, Ngoại Tập, gồm những bài, thực ra không còn viết trong bóng tối nữa, nhưng cần thiết để kéo rèm, che khuất màn đêm, đóng lại một quãng đời không ngày tháng, không dĩ vãng, không tương lai. Ngay dưới tựa đề của mỗi bài là số thứ tự, để tiện cho việc đối chiếu với phần Chú Thích sơ lược ở cuối tập. Sau này, khi có dịp xuất bản rộng rãi, phần Chú Thích sẽ đầy đủ hơn, để "điền vào chỗ trống" hoàn cảnh và tâm cảnh của từng bài thơ.

Tiếp theo, xin cảm ơn bạn đã để mắt đến những bài thơ nhỏ nhoi này. Và vẫn như với các tập khác, hy vọng *"Những Bài Thơ Tình Viết Trong Bóng Tối"* sẽ giúp bạn "mua vui cũng được một chầu café - dù đá, đen, hay đường, sữa."

Cuối cùng, tác giả xin được ngỏ lời cảm ơn Mỹ An, người bạn đời, đã khuyến khích và tạo điều kiện thuận lợi cho việc xuất bản tập sách này được hoàn thành trong thời gian rất ngắn.

Henrico, vào thu 2019
NK

Tình Đàn

Ngồi Quán
01

Quán là hàng nước dừa thơm mát trên bờ đại lộ mà một chiều mông mênh gió mình đã dừng xe mong đời cứ thế trôi đi

Hay tiệm kem u nhã giữa phố đông người, khung cảnh như một café nhạc đêm đêm mờ ảo

Quán cũng là chòi tre mộc mạc bốn bên thôn dã, trưa với ly đá chanh và chuỗi hôn nóng chảy vành môi

Nhưng quán cũng là xe mì lên giá sau ngày giải phóng, là hàng phở buồn hiu, là tiệm nước bên con lộ nhỏ mình nghỉ chân sau những vòng xe cách mạng đạp quanh thành phố đổi tên

Quán cũng là gánh bánh canh nóng nhưng vội vã trên ngả ba chợ búa, hay góc cư xá hoang vu với hàng xe đậu trắng, bò bía cay miệng đắng lòng

Và quán là hồn anh, hồn em, mình ngồi đây ôn việc đổi dời, nghe bơ vơ đau xót

Mình ngồi đây khóc cho đời hai chữ tự do

Ca Đêm
02

Cung xanh, giọng đắng, nét môi buồn,
Em thả sầu quanh điệu ngũ ngôn.
Ngày đã qua thu, chiều thấy lạnh,
Ôm bài nhạc tối, đợi hoàng hôn.

Hoàng hôn đợi mãi, chẳng ai về,
Nâng lỡ tay đàn, thêm sắt se.
Mây có muôn phương, người một bóng,
Lòng ơi, lòng có mấy lê thê?

Sao chẳng như mùa xưa, gió lên,
Ta nghe thành phố khóc tên mình!
Đêm sâu, lời hát chờ quên lãng,
Em cũng ngân dài cho lãng quên...

Trăng Thương Nhớ
03

Dù Tố là sáng hay Tố là Trắng thì Tố cũng là tên đầu của một vầng trăng mà có người bảo là trăng thiên cổ, còn người thì bảo là trăng đầu thu, nhưng vì ta thích, ta cứ cho đó là vầng trăng thương nhớ

Vì đâu phải chỉ yêu nhau mới được nói tương tư!

Cũng như ai kia cùng là phận gái mà vẫn mình mình anh anh ngọt lịm, thì ta đây, dù hai tiếng chị em nhưng ai cấm nhớ thương người!

Vâng, ta cũng biết từ đây đến đó có bốn dòng sông

Một, ta lội - hai, ta bơi - ba, ta qua cầu - nhưng đến bốn thì ta đành buông tay mông mênh trôi về vô định

Lỡ một ván cờ trần tục không biết nương tay ta đã đền bằng hai ván cờ tiên liên tiếp, sao mắt chưa vui lên niềm thông hiểu, sao tóc bồng bềnh mây vẫn chưa nguôi niềm giận dỗi trẻ thơ?

Phải chăng trời hôm ấy buồn thay ta nên mưa một trận để đời, cho ai cùng nhau nép dưới một góc lầu cao mà vẫn nôn nao sốt ruột, hồn đi bốn hướng càng thêm cách xa, và để cho đêm về ướt lạnh ta xót cho con bé một yên xe không đèn đuốc mà phải lầm lũi gió đêm?

Hình như đã sắp hoàng hôn rồi đó, ta thay quần áo một mình ra phố, vừa đi vừa bẻ chữ Tố ra thêm một nghĩa thứ ba giữ làm của riêng

Và ta sẽ cười một mình

Vì xung quanh, thiên hạ hình như ai cũng ngậm ngùi

Mảnh Hồn Bỏ Quên
04

Hôm qua, tôi đến nhà em,
Chưa về, đã biết bỏ quên mảnh hồn.
Nửa vui, nhưng nửa thoáng buồn,
Bình yên tự đó khởi nguồn ưu tư.

Hôm nay, trời lạnh vẩn vơ,
Nhìn em, hồn thấy ngẩn ngơ lạ thường.
Hồn đi theo em đến trường,
Đứng riêng một góc, trăm đường đắng cay:
Hồn ghen với lớp học này,
Với viên phấn bảng mỗi ngày gần em!

Hồn ơi! Đừng nói gì thêm,
Trăm năm đã thỏa một đêm cận kề!
Mai tôi đi gọi hồn về,
Trùm chăn ngủ với bốn bề nhớ thương...

Tình Đàn
05

Đêm nay sao nhớ em nhiều quá,
Càng vắng xa, càng nhớ chết thôi.
Anh chỉ thầm ôn lần gặp trước,
Là như đã ở cạnh em rồi.

Anh muốn ngồi yên như vậy mãi,
Để em nói chuyện, để em cười,
Để anh vui chút niềm thân cận,
Được ở gần em, đủ lắm rồi!

Anh có mơ gì cao lắm đâu:
Nhìn em, để được hiểu tình đầu,
Gần em, để sống cho toàn vẹn,
Một thuở trong đời quen biết nhau.

Anh có xin gì khó lắm đâu:
Một cung đàn nhỏ, dạo bao lâu?
Bàn tay mười ngón nào mê hoặc,
Cho đến trăm năm còn nghe sầu.

Đàn em chưa hề câm một phím,
Làm sao em hiểu được lòng anh!

Lòng Đây Tưởng Đó
06

Nửa muốn qua chơi, nửa ở nhà,
Ta còn không hiểu nổi lòng ta!
Trách chi người ấy không ai hiểu,
Rất hững hờ, dù rất thiết tha!

Có phải hôm xưa, chiều cuối tuần,
Bàn tay ai đẹp mười ngón xuân,
Đàn ai rộn sóng âm kỳ ảo,
Bốn khúc tình say hương tân nhân?

Nhưng chiều hôm nào trời lê thê,
Ai ôm sách vở, vui phòng khuê,
Đàn câm bẵn bặt, ngoài sân lạnh,
Ai đợi hoài công, ôm sầu về?

Chiều nay cuối tuần, càng hoang mang:
Ở đây nằm nhớ, hay tìm sang?

Nhưng dù không hiểu lòng ai đó,
Ai cấm ta tin nàng yêu ta,
Mà vui gắng gượng khi chiều tà...

Hương Người Trong Tay
07

*Sẽ có một ngày trao đổi
Nụ hôn nồng ấm đầu đời,
Môi ghì lấy môi tê dại,
Thân quấn vào thân tuyệt vời.*

*Để có một lần em thấy
Nhạc không riêng gì phím ngà,
Mà với hương người thảng thốt,
Quanh mình cũng dậy đàn hoa.*

*Để có một lần anh hiểu
Vòng tay bé nhỏ ngoan hiền,
Cũng đủ làm nên vũ trụ,
Hương người ngợp cõi vô biên.*

*Sẽ có một ngày trao đổi
Nụ hôn bùi ngọt tình đầu,
Tay đan tay chuyền hơi ấm,
Môi đan môi quên đời sầu.

Ôi, hương người trong vòng tay,
Hương người quyện trên môi say,
Nụ hôn quen mùi da thịt,
Nụ hôn trông mong từng ngày...*

Con Tim Trên Bàn Tay
08

♯ 🎵 ♪ Con tim trên bàn tay,
Ta trao cho nhau này,
Đong đưa đôi bàn tay,
Tình yêu thương vơi đầy. ♮ ♪ 🎵

Đêm cao nguyên giá lạnh,
Mình quen nhau làm chi,
Mình hôn nhau làm chi,
Rồi xa nhau đời đời?

Đời đời anh nhớ mãi,
Đôi má đào giòn thơm,
Vành môi hồng êm ngọt,
Uống cạn ngây ngây hồn.

Một đêm, ừ, chỉ một đêm thôi,
Ngàn năm mộng nhớ một phương trời.
Đà Lạt ơi!
Đèo xưa heo hút,
Dốc xưa cheo leo,
Ngươi có hiểu cho lòng ta?

Người yêu dấu ơi!
Thân hình xưa bé bỏng,
Vòng tay xưa ghì siết đam mê,
Em có hiểu cho lòng anh?

Anh vẫn nằm đây, sầu sầu, nhớ nhớ,
Gió lạnh trong tim, gió lạnh trong hồn,
Đêm ấy, đêm nay, như cuồng, như dại,
Như suốt đời này chỉ một hoàng hôn.

Nhớ Nét Cười Xưa
09

Chợt muốn hồi sinh ân tình một thuở,
Ta thả hồn về đường phố ngày xưa,
Phố nhỏ ngu ngơ biết gì thương nhớ,
Lại hắt hiu buồn, mới ngậm ngùi chưa!

Đến góc lầu hoa, dừng chân trước ngõ,
Trân trối nhìn vào khung cửa thân quen...
Chợt nét cười xưa bừng môi mọng đỏ,
Ô đúng là người! Ô vẫn hồn nhiên!

Ô hay! Ô hay! Hồn ta gãy đổ.
Năm tháng quay cuồng, đảo lộn thời gian,
Như đã trôi qua, như còn một chỗ,
Ngày đó ai ngờ hợp để mà tan?

Nên chỉ còn ta vớt từ nỗi nhớ
Một chút gọi là âm hưởng đời đau,
Và để đêm đêm ngồi đây nức nở,
Ta với trăng sầu gục khóc bên nhau.

Người ơi, còn thương, còn tiếc gì không?
Nếu có thuở nào đã thoáng chờ mong,
Xin nhớ về nhau lăn dòng nước mắt,
Cho đủ trăm năm uống một tình nồng!

Thùy Dương
10

Rồi một ngày không hẹn trước,
Phố trưa ngủ bóng hàng dương,
Có gã hồn đưa nhịp bước,
Dấu giày gợi nét phong sương.

Hành trang lưng túi bạc màu,
Áo trắng bụi đường thiên lý.
Hàng dương thắc mắc nhìn nhau:
- Khách lạ từ đâu đến nhỉ?

Qua cổng vườn hoa không người.
Khách lại gần bên cửa sổ...
Hàng dương khúc khích lưng trời:
- Thêm gã si tình khốn khổ!

Thế mà đại lộ vắng hoe,
Đêm xuống, hai người chung bước.
Hàng dương đôi mắt tròn xoe:
- Ồ, chuyện không ngờ có được!

Vai còn tựa vai nữa kia!
Thoảng tiếng thì thầm êm ngọt.
Hàng dương xao xuyến lắng nghe:
- Ôi, những âm đàn thanh thoát!

Nhạc lòng ghi khắc thiên thu,
Câu chuyện ban đầu muôn thuở.
Hàng dương, đắc ý, gật gù:
- Một mối tình say chớm nở!

Nhưng bỗng trưa nào phố ngủ,
Hàng dương bóng xế ngậm ngùi:
Khách lạ ngược theo đường cũ,
Dặm về lặng lẽ trôi xuôi.

Chỉ mình với bóng cheo leo,
Mỗi bước gieo nghìn cách trở.
Hàng dương ngơ ngẩn nhìn theo:
- Thôi thế hương tàn, mộng lỡ!

Sao có kẻ đi, người ở,
Đêm chia tay buồn lắm không?
Đã nói được gì thương nhớ,
Hay ưu tư còn bên lòng?

Ôi, lòng kẻ đi buồn lắm,
Dặm về bâng khuâng một mình,
Lưỡi đắng vị bùi trái cấm,
Xót xa một khối u tình.

Nhưng người ở lại vui chăng,
Gió biển, mưa ngàn, nắng phố?
Hàng dương không nói không rằng,
Riêng xót tình đau lá đổ.

Tấc lòng gởi cả vầng trăng,
Soi bóng đêm nào biển nhớ...

Dưới Chân Thánh Giá
11

Vừa thoáng thấy trời xanh ngập nắng,
Một loài hoa đã nở trong hồn,
Hương, đánh thức trái tim cằn cỗi,
Sắc, phục hồi nhịp thở hoàng hôn.

Vâng, tôi gặp lại em rồi đó,
Vẫn nụ cười, đôi mắt ngây thơ,
Làm xao xuyến lòng tôi thuở ấy,
Em vô tư, chắc vẫn không ngờ.

Em đâu biết một ngày năm ngoái,
Áo trắng bay nắng gió nhu thùy,
Tôi tựa cửa, mắt nhìn ngơ ngẩn,
Rất lặng thầm, nhưng rất tình si.

Em đâu biết có người để ý,
"Trời sinh hoa đâu để chiều ai!"
Ngày tháng cứ trôi dần, xa tắp,
Kỷ niệm nào không nhạt không phai...

Một năm dài, thời gian quá đủ
Để làm quên những chuyện qua đường.
Nhưng tôi vẫn nhớ hoài, em ạ,
Thuở lặng nhìn, lòng bỗng tơ vương.

Nên sáng nay khi trời ngập nắng,
(Xuân lại về ngay giữa mùa xuân!)
Nâng thánh giá, bàng hoàng, tôi hỏi:
Duyên nợ gì chăng, hỡi cố nhân?

Đền Ơn Cứu Tử
12

Thưa bác sĩ, tôi đau...
Vâng, hình như khó ở,
Từ ngày bác sĩ về đây.

Vâng, từ ngày bác sĩ về đây,
Tôi sốt nhiều, đến gần một trăm độ F.
Đêm ngủ chập chờn, thao thức tàn canh mộng đẹp.
Không thức ăn nào thấy ngon,
Không thức uống nào làm nguôi được niềm khao khát.

Trái tim tôi hình như biết nói!
Nó nói gì, bác sĩ có nghe không...
Tiếng nói vừa lên thanh quản ngập ngừng
Thì vụt tắt!
Tôi khổ quá, tim đau mà lòng quặn thắt.

Bệnh chi diễn biến lạ lùng,
Triệu chứng vô cùng khó hiểu.
Như mắt tôi, bình thường vốn rất tinh anh,
Từng ngó thẳng mặt trời chói lọi.
Nay, bác sĩ mới nhìn tôi dò hỏi
Bằng ánh mắt thoáng long lanh,
Thì nó bắt đầu bối rối.

Bác sĩ ơi! Bỗng dưng tôi nghẹt thở...
Hai lá phổi hình như tráo trở,
Chúng hít hơi vào,
Tôi muốn thở bung ra,
Chúng ngoan cố cứ kềm hãm lại,
Như muốn giữ thật sâu và mãi mãi
Một chút hương bàng hoàng dấu ái
Chúng tình cờ thu được khi bác sĩ cúi gần tôi!

Bác sĩ ơi!
Bệnh tình tôi chắc là nguy ngập.
Xin rủ lòng thương ra tay khẩn cấp.
Thuốc trần gian không chữa được gì đâu,
Nụ cười tiên mới là phép nhiệm mầu.
Tôi khỏi bệnh, ơn khắc vào xương tủy.
Tôi sẽ dâng cả tấm lòng chung thủy,
Cả cuộc đời,
Cho bác sĩ thân yêu...

Một Chuyện Không Đâu
13

Tôi vẫn thương em có nụ cười hiền,
Che sau hàm răng sầu đắng vô biên.
Tôi vẫn thương em có gì ngỗ nghịch,
Chiếc mũi khinh đời, giả chước hồn nhiên.

Tôi vẫn thương em có gì rối loạn
Quấy nhiễu tâm hồn bão tố cuồng phong.
Tôi vẫn thương em tuổi mòn xuân trẻ,
Bỏ mất ngây thơ chẳng thấy đau lòng.

Nhưng tôi vẫn buồn đôi mắt chưa xanh,
Hàng mi chưa cong đủ nét an bình,
Để hiểu kịp thời phút giây tàn khốc,
Tôi lỡ vô tâm để ngỏ lòng mình.

Tôi đã yêu em thật là bất chợt,
Như con cắc kè điên đảo vàng xanh!
Như tia chớp nào bùng lên, khoảnh khắc,
Đốt rực tim tôi, vốn dĩ ngoan lành...

Tôi quả vô tâm để lòng ấm lại,
Tôi quả chân thành đạo đạt tình thâm,
Em quả vội vàng lắc đầu như thế,
Nếu quả em chờ một kẻ thành tâm!

Một phút giây thôi, phút giây huyền ảo,
Tôi suýt liều thân làm chuyện không ngờ,
Tôi suýt trói tay lụy tình nan giải,
Nếu em kịp thời nắm được cơn mơ.

Tôi thấy thiếu em như chùa thiếu Phật,
Như ngày thiếu vui, như đêm thiếu sầu.
Tôi đến tìm em, vì tôi vẫn nhớ,
Tôi biết đời mình... lắm chuyện không đâu!

Nàng Đi Tranh Giải Bóng Bàn
14

Nàng đi tranh giải bóng bàn,
Trái tim còn vọng âm đàn thiết tha:
Mắt chàng, như một cành hoa,
Bủa hương tình tứ, ngọt mà lại sâu.

Nàng đang dẫn điểm ván đầu,
Mắt chàng soi bóng con tàu ra khơi.
Nàng qua vòng loại như chơi,
Mắt chàng có ánh mặt trời chói chang.
Nàng vào bán kết thênh thang,
Mắt chàng như tỏa hào quang ân cần.

Nàng chơi xuất quỉ nhập thần,
Điểm xa hiểm hóc, điểm gần cho von.
Bóng qua khỏi lưới xoay tròn,
Giật xung, bạt chéo, đoạt hồn đối phương.
Những đường cắt bóng dễ thương,
Mắt chàng như có tơ vương dỗ dành.

Nàng vô chung kết an lành,
Tài cao đâu sá việc thành hay không.
Nàng về phố cũ thong dong,
Mắt chàng, ôi, cũng mênh mông theo về.

Thế rồi... một buổi chiều kia,
Ai đem hờ hững chia lìa lứa đôi.
Thế rồi, ngày tháng êm trôi,
Quanh nàng có biết bao người đón đưa.
Cái người năm ngoái, năm xưa,
Nàng quên như thể nàng chưa quen người.

Mùa này sao khác, ai ơi!
Có nơi hoa nở, có nơi hoa tàn.
Nàng đi tranh giải bóng bàn,
Trái tim đã tắt âm đàn ngày xưa.

Một Thoáng Trong Tay

15

*Em như hòn cuội nhỏ,
Anh như một chú sò,
Tình cờ trong biển lớn,
Gặp nhau chẳng hẹn hò.*

*Những bọt sóng cũng đẹp,
Như mối tình phù du,
Như dã tràng xe cát,
Âm thầm mà thiên thu.*

*Nhưng cuộc đời bão sóng,
Xô giạt gã sò non,
Cuốn trôi hòn cuội mỏi,
Vào đáy vực sâu buồn.*

*Chỉ còn tiếng gió hát,
Hàng dương trên bãi chiều,
Và núi cao hờ hững,
Cùng khóc một lần yêu.*

Kỳ Ngộ
16

Em như dòng suối
Trong, mát miền cao.
Mùa xuân xuống núi,
Dung tươi hoa đào.

Anh như bãi đá,
Cát lầy rong rêu.
Ốc, cua, sò, cá,
Đêm chia tình nghèo.

Em như cánh hoa,
Nụ đầu tôn quí,
Hương đồn phố xa,
Nghìn ong bướm lụy.

Anh như cọng lá,
Tuổi xanh hồn vàng,
Ngày mưa tháng hạ,
Nhớp bụi lầm than.

Chiều, em ngồi đó
Như bé mèo ngoan.
Con chuột trong hang
Cũng thầm thương nhớ.

Còn anh đứng ngó
Như cóc nhìn trăng.
Ai có hay chăng
Lòng con cóc khổ?

Trời gây thảm họa,
Làm động búp non,
Làm đau tuổi cả,
Muôn thuở u buồn.

Đà Lạt, Một Mùa Thu
17

Như một tình cờ không hẹn trước,
Tôi từ phố thấp đến miền cao.
Trái tim, mang cả dòng xuân ấm,
Hơi thở, hương bình nguyên xôn xao.

Rồi cũng tình cờ tôi gặp cô,
Hình như trời đất vẫn mơ hồ,
Đào nguyên ai dám tin là thật?
. . .

Tôi chỉ riêng mình xúc động thôi,
Riêng mình tôi hiểu cõi lòng tôi.
"Người ta", tôi biết, vô tình lắm,
Tôi đã làm tôi khổ mất rồi!

Tôi chỉ nhìn, không dám nói gì,
Miệng cười, nhưng buốt ở lòng si.
"Người ta" lại nỡ nghiêm lời trách,
Đôi mắt ân cần, "họ" cũng nghi!

Cô hiểu tôi buồn biết mấy không?
Buổi chiều ra cửa ngó đồi thông,
Đồi thông lặng lẽ niềm xa vắng,
Tôi thấy chua cay đến nát lòng.

Đời không thể hẹn chuyện tương phùng,
Mai mốt tôi về nặng nhớ nhung,
Sương núi tiếp mây, sầu nhẹ nhẹ,
Đường quay trở lại đã muôn trùng.

Người đẹp bao giờ cũng dễ quên,
Nhất là những khách lạ không tên!

Riêng người cô đã làm đau tủi...
Xin một chiêm bao, gọi đáp đền.

Bài Thơ Tạm Biệt
18

Phố xá cao nguyên đổi mùa hoa nở,
Trong nét bâng khuâng có chút không ngờ,
Những hệ trăng sao, nghiệp duyên tiền kiếp,
Theo gót anh về thung lũng nào xưa.

Mấy gốc ngo non lá gai tua tủa,
Nghe gió đồi bay cũng biết thì thầm.
Một đám mưa mây lướt ngang triền dốc,
Giăng bụi sương lên phố chợ u trầm.

Bọt nước Cam Ly réo nhau dồn dập,
Xuống núi tìm theo tiếng gọi an bình.
Những gã thông cao suốt đời Than Thở,
Mây khói bên hồ lãng đãng phù sinh.

Anh đứng hiên buồn, co ro dáng lạnh,
Lạnh ở ngoài hay lạnh ở trong hồn?
Lạnh ở ngoài chưa đủ mềm vai áo,
Lạnh ở trong hồn mới thật hoàng hôn.

*Nhưng nếu ngày qua chỉ hoàng hôn đến,
Lòng đã tàn đêm quán nhỏ không người.
Anh vẫn may còn mắt em lửa ấm,
Băng giá trong hồn tan cả! Em ơi!*

*Em đã cho trời tin yêu bé nhỏ,
Em đã khơi nguồn mộng ước xa xanh.
Anh sẽ nhớ hoài hương sâu tình nhẹ,
Em có vui niềm hạnh phúc mong manh?*

Em có vui cùng nỗi nhớ trong anh?

Sao Em Không Đến Chiều Nay
19

Anh là đất cỗi,
Tuổi hết mùa xuân,
Đời nghiêng bóng tối,
Mưa sa ngày gần.

Mây qua trời bão
Giăng chiều lê thê,
Hồn anh để ngỏ,
Đau thương tràn về.

Em là gió nhẹ,
Thổi mát đồi xanh,
Hát vui rừng lá,
Thở hương tình lành.

Em là nắng ấm,
Hong đất miền cao,
Em là ánh sao,
Ru đêm hiền dịu.

Em là biển lớn,
Em là sông dài,
Em là khói biếc,
Em là sương mai,

Một lần hiện xuống,
Khoác áo an bình,
Qua hồn anh đó,
Ban phép hồi sinh.

Bây giờ, đất cỗi
Đua nở ngàn hoa.
Bây giờ, bóng tối
Ánh dương chan hòa!

*Sao em lại nỡ
Lên ngựa, về trời,
Bỏ anh mòn mỏi,
Ngóng chờ tàn hơi?*

*Anh buồn, muốn khóc,
Úp mặt vào tay,
Em không lại nữa,
Bắt đền ai đây!*

*Vì ai gây dựng,
Ông trời có hay?
Vì ai gây dựng,
Mà nên nỗi này?*

Buổi Sáng Trời Tươi
20

Đêm mưa đầu hạ,
Buổi sáng trời tươi,
Vòng xe không lời,
Theo nhau mấy quãng.
Cánh tay mịn trắng,
Nét mặt hơi kiêu,
Dáng nhỏ yêu kiều,
Phất phơ làn tóc.
Đường vô lớp học,
Có nhánh hoa cười,
Mắt đen sáng ngời,
Liếc người xao xuyến...

Hồn qua giới tuyến,
Chợt muốn ngừng tim!
Thế ngồi như phim,
Dương cầm mộng khúc,

Cung đàn thoát tục,
Ru ai nguồn đào.
Suối âm nao nao,
Chảy theo mười ngón,
Bàn tay trời chọn,
Điệu múa trên ngà,
Bốn phía ngân nga,
Hồi thanh lan rộng...

Bờ vai khẽ động,
Nhạc bổng trầm hơn,
Năm móng chân son,
Đạp cần giảm tiếng,
Đàn son sẻ nguyện,
Thì thầm gió xa,
Chuyện bướm lời hoa,
Dịu dàng, kể lể...

Hài âm chuyển thể,
Nét nhạc vươn mình,
Mười ngón tay xinh,
Vùng lên vũ bão!

Dập dồn, cuồng bạo,
Đàn hóa thân rồi,
Thuận âm bồi hồi,
Nghịch âm đồng vọng,
Xoáy như triều sóng,
Mênh mông biển khơi,
Cuốn quanh hồn người,
Sắt tơ hòa điệu...

Cổ tay mềm dịu,
Rải mấy cung buồn,
Đàn vào cô đơn,
Giọng kim hiu hắt,
Dấu trầm lây lất,
Thêm một trường canh,
Đôi mắt long lanh,
Ngẩng lên thoáng nhớ...
Người đâu gặp gỡ,
Buổi sáng trời tươi,
Môi đỏ nhẹ cười,
Tình thơm khép nép...

Truyện Chúng Mình Như Café Sữa

Hội Ngộ, Niềm Tin Và Hi Vọng
21

Xưa yêu một đóa hoa vàng
Nguyện hứa lui miền ẩn dã
Chăm trồng nụ quế chồi lan
Khuya sớm vui niềm phong nhã

Bất chợt vào đêm hương hỏa
Mệnh trời phối ngộ vàng hoa
Áo trắng chừng nao tấc dạ
Nụ môi tươi duyên hiền hòa

Nào hay động ánh trăng tà
Nguyệt xuống dành chân mối lái
Cây cành lắng nhịp chim ca
Mộ khúc chiêu hồn trẻ dại

Mộng tối bừng lên nắng quái
Tim sầu gõ nhịp giăng thơ
Canh đã tàn canh khắc khoải
Thương thương thương đến không ngờ

Trông kìa gã nhện đan tơ
Bước bước vươn dài nỗi nhớ
Theo từng nét lưới đơn sơ
Búp búp tình say thắm nở

Em nhé lòng anh đã mở
Nghiệp trần tục lụy đa mang
Xin giữ đời nhau một thuở
Nghìn hoa tuổi đá tên vàng

Hoa Nở Vì Ai
22

Có vị vua già khắt khe, nghiêm tĩnh,
Mái đầu bạc trắng, lòng còn thiết tha.
Ôi, vị vua già đáng thương hết sức:
Ông lấy một bà vợ trẻ như hoa.

Có một tướng quân dịu dàng, phóng khoáng,
Mái tóc đang xanh những nét hào hùng,
Hôm sớm cận kề dưới ngai hoàng hậu,
Tin cẩn ra vào bảo vệ thâm cung.

Nhưng cả hai rồi đều cùng phải chết,
Tướng quân tài hoa, hoàng hậu nhỏ xinh.
Họ lỡ yêu nhau, yêu nhau nhiều quá,
Câu chuyện ngày xưa: một mối oan tình.

Chiều nay mây thấp, trời buồn đâu đâu,
Ta ngồi não nề giữa mộ hồn sâu,
Cả một vườn hoa: xanh, vàng, tím, đỏ,
Chẳng thể làm nguôi một lễ tang sầu.

Màu hoa thắm tươi, hương hoa nồng đượm
Như để gọi mời: hãy đến cùng hoa!
Nhưng tóc đâu còn xanh xanh thuở ấy?
Ta hỏi lòng ta, này, quả tim già!

Ta bỗng nghe thương vì vua đáng tội:
Ông đã cô đơn đến chuỗi ngày tàn,
Mỗi sáng soi gương thấy mình tóc bạc,
Hạnh phúc qua rồi, theo bóng thời gian.

Này em dấu yêu, này em dấu yêu,
Chuyện của đôi mình đâu có bao nhiêu,
Buổi ấy đưa em đến vườn hoa trẻ,
Anh đã quay về, giấu lệ, vì kiêu.

Nhả khói tương tư, thở chiều hoang vắng,
Anh bỗng nghe mình thui thủi làm vua.
Em cứ đi đi, mặc hoàng cung tối...
Vua chẳng xin cầu, vua biết mình thua.

Khúc Hát Trên Biển
23

Từ lúc quen em
Thuyền ta đi vào một vùng biển mới
Buổi sáng nắng xanh, trời cao, màu nước long lanh như nghìn kim cương giữa rừng bảo ngọc
Mùa xuân gió nhẹ
Ta đứng ở mũi thuyền hát êm đềm bản tình ca muôn thuở, tóc ta bay, áo ta lồng lộng, bóng in dài trên mặt sóng, ôi chiếc bóng vinh quang của một đời ngang dọc
Hải âu một chiếc bay ngang, cánh nghiêng những vòng dịu như suối tóc
Quần thể san hô nhấp nhô tung bọt
Ta nói cùng ta:
Một đời xin chọn biển này, xin gần biển này
Xin mãi mãi được ở nơi đây

Mặt nước bỗng dưng vô cùng phẳng lặng
Khí áp có vẻ ngập ngừng, nhiệt độ bốn bề hoang vắng
Một con sóng lớn bò qua
Thuyền chao rất nhẹ
Một con sóng lớn từ xa...
Nghìn con sóng lớn từ xa loang loang đồi núi!
Thuyền ta nhấp nhô...
Nhưng rồi ào ào bọt trắng tung cao nước mặn ùa vào bốn khoang lênh láng, bước chân tròng trành ta vội rút vào buồng lái, kiểm lại hải trình, khí tượng, đồng thời toán định thiên cơ

Quẻ độn Khổng Minh báo nguy khẩn cấp!
Nhưng mà lạ thay:
Trên hải đồ, tam giác cầu vẫn chỉ tọa độ bình an lương tâm vô tội
Hải bàn, trước sau như một, định phương ngay thẳng thủy chung
Bản tin thời tiết nói rằng không khí gần như lý tưởng, tiến dần đến STP

Than ôi! Lòng biển như dạ đàn bà, chưa chắc trời kia đã hiểu
Ta ngẩn ngơ nhìn cuộc đời giông tố đang lên

Chỉ mấy tháng qua,
Thuyền ta vào vùng nước xoáy
Mây từ chân trời xa lũ lượt kéo nhau về hàng hàng lớp lớp mấy trùng vây từ xám tới đen hết mờ đến tối, mây ngang mây dọc mây cuồn cuộn mây âm u mây sầu mây thảm
Bốn trời mây trùm xuống tóc tang
Mười phương gió nghiến răng vùi dập
Con thuyền quay đảo ngửa nghiêng
Ta cố bền lòng chống chọi
Bắp thịt tài công gân căng hết mức, quyết đấu với phong ba
Dầu máy gồng lên bốc khói, liều một mất một còn cùng bão táp

Nhưng than ôi
Sóng cao như núi
Sức nước bạo tàn

Mỗi phân tử nước quay tròn 300 hải lý một giây, ác liệt, hung cuồng, khát máu
Sức người đâu có là bao

Ta biết rồi đây
Phạm cõi nhân duyên là tan tành gỗ đá
Lụy nẻo ân tình thì gãy cánh chim bay
Dân giả cùng đinh thảy đều gục ngã
Chí lớn tài cao lại càng nát thây

Thôi nhé buông tay
Thuyền ta chìm giữa mênh mông, ôi đại dương, ôi cả đêm trường dằng dặc
Dưới đáy trùng khơi mù mịt
Nghìn đời không tuổi không tên
Lớp sóng chồng lên lớp sóng
Lãng quên dìm khuất lãng quên

Em có hay chăng
Từ lúc quen em, hồn ta đau đớn trăm phần, nhưng chẳng bao giờ nói được

Trái tim con phải nén chứa nghìn cơn tủi nghẹn, gượng môi cười ta cố không làm em buồn, cho dù một phút phù du

Ôi tình yêu
Tình yêu có vầng kim ô làm chứng
Vầng kim ô xuống đỏ góc trời
Sóng nước hoàng hôn nhàn nhạt
Biển máu miền tây loang rộng về đâu
Chiếc bóng qua rồi không hề trở lại

Em có hay chăng, trước giờ sau cuối
Ta gọi tên em trìu mến
Ơi hỡi Hồng Nhan, Hồng Nhan Nguyễn Thị
Đến khi thanh quản bít bùng,
Mắt sâu khép lại,
Thân về cát bụi,
Hồn gởi hư vô

Bốn tháng tình đau qua vùng bão sóng
Mây trời quang đãng rồi kia
Làn nước mơ màng xanh ngắt

Dưới đáy biển này, tận cùng vực thẳm
Những loài hải tộc mù loà hình thù kỳ dị tình cờ bơi ngang, tất cả bỗng cùng bâng khuâng đứng lại
Giáp xác chúng vừa cảm nhận thấy một cái gì ngọt ngào, mơ hồ, như những bức xạ dịu dàng phát từ một trái tim yêu

Để Mừng Sinh Nhật
24

Có phải anh đang băn khoăn vì sinh nhật người
     yêu hôm nay đã tới ?
Anh muốn tặng quà ?
Trong những thứ bày bán ở lề đường, cửa hàng
     hay trong thư quán anh đang phân vân chưa
     biết chọn gì?
Tôi sẽ giúp anh
Chúng ta điểm qua những gì dễ kiếm, nhẹ tiền,
     mà vẫn thanh tao, trang trọng
Ta đi lên phố

Anh muốn ghé vào chợ sách?
Xin đừng!
Chẳng gì vô duyên bằng những suy tư đã in
     thành chữ
Đó là thú vui của những ngày mưa
Chắc anh không muốn sinh nhật của nàng sẽ
     đầy giông bão?
Chắc anh không muốn nàng đem cả mối chân
     tình của anh ra hỏi người xưa?
Ta đi

Ồ đây có hàng giấy bút
Mắt anh sáng lên khi nhìn hàng chữ Reynolds?
Cây bút thật xinh
Hợp với bàn tay nàng quá
Giắt trên ngực áo làm duyên, chắc không châu
    ngọc nào bằng
Mà thôi
Bút dùng để viết
Nàng để viết thư... cho anh, hay là kẻ khác?
Cho anh thì anh mất công gìn giữ nâng niu
Còn cho kẻ khác - chắc anh không muốn vì anh
    mà lương tâm nàng cắn rứt?

Đàng kia có tiệm bán nhiều loại quà kỷ niệm
Nhưng thôi, toàn tranh vẽ bằng bút lửa trên gỗ
    bạch tùng, tượng thú, búp bê, và những mặt
    hàng tương tự
Nàng sẽ làm gì với chúng?
Chưng trên kệ sách, e làm nhẹ thể vân gỗ cẩm
    lai
Bày trong tủ kính, không xứng với bộ Noritake
    vốn đã bao năm là niềm hãnh diện

Cất vào phòng riêng, mối mọt sẽ hại lây qua quần áo
Chắc anh không muốn làm nàng mệt trí?

Anh đang nhẩm đếm gì kia?
Anh tính tuổi nàng để tìm một trong mười hai con giáp?
Thưa anh!
Cô Tuất gảy đàn, ả Thìn nằm võng, chị Sửu nhảy dây - tất cả chỉ đủ làm vui cho khách
Còn nàng sẽ giận rất lâu!
Anh có thấy buồn, nếu sinh nhật mình có người nhắc rằng anh là một chú Mùi non?

Hay ta lại trở về nhà
Anh soạn cho nàng bản nhạc, hay viết cho nàng bài thơ?
Anh đừng soạn nhạc, cũng đừng làm thơ!
Thơ anh hay mà dễ nhớ
Nhạc anh đẹp mà du dương
Thiên hạ biết ra, họ sẽ tranh nhau truyền tụng
Họ sẽ chép tặng nhau và hát nhau nghe trong những ngày vui của họ
Kỷ niệm thôi thế còn gì là của riêng anh?

Anh hãy cùng tôi vào chợ
Ta đến hàng hoa
Hay anh muốn về ngoại ô tìm hoa điền dã, tùy anh
Nhưng cứ nghe tôi
Trong ngày sinh nhật
Hãy nói bằng hoa
Những lời chúc mừng thành thật
Hai, bốn, sáu bông, hay là bao nhiêu cũng được
Nhưng chớ bao giờ một cành đơn chiếc
    Hoa cũng như người
    Phải có lứa đôi

Hoa chẳng cần hương
Nếu có, chỉ là hương nhẹ
Nhưng màu, xin anh làm ơn cẩn thận dùm tôi!
Đóa hoa mừng nàng phải là một symphony chập chùng âm hưởng
Nếu anh muốn vui, hãy dùng cung trưởng
Nhưng cung thứ sẽ vẫn dịu dàng, âu yếm và tình tứ hơn
Theo lối hòa âm tân tiến, dù ở cung nào, bè trầm cũng là màu trắng để có thật nhiều tương phản

*Bạch cúc, bạch hồng, nguyệt quế hay cả dạ lý và
    quỳnh hoa nếu đêm vừa xuống
Ở bậc âm ba, ta dùng tím nhạt pensée, tầm
    xuân, hay violette và, ừ, bằng lăng, nếu gặp
Ta thêm một ít lá măng lấy màu xanh lục
Ôi một đóa hoa tuyệt vời*

*Hay nếu anh thích, anh có thể lấy trắng đệm cho
    vàng, đỏ để dễ tạo nhiều biến tấu
Dù gì đi nữa, anh cũng sẽ làm người yêu vui
    lòng bằng bó hoa của riêng anh*

    *Để mừng sinh nhật
    Hãy nói bằng hoa*

*Ở trường hợp tôi, tôi sẽ tặng nàng những cánh
    hoàng lan kỳ diệu
Những cánh hoàng lan chưa có trên thế gian
    này
Một năm đi tìm
Ba năm tạo giống
Rồi cả một đời, một đời cùng hoa hạnh phúc
Vì có ngày nào, ngày nào trên thế gian này,
    không là ngày của đôi ta?*

Truyện Chúng Mình Như Café Sữa
25

Ly café đen như đêm,
Vị đắng những niềm gian khổ
Hương café, dù dịu êm,
Một nhắp: cô đơn nghìn thuở.

Sữa đặc có đường ngọt mọng,
Trắng như vầng trán bé con,
Ngồi quán bên ly sữa nóng:
Biết là tuổi trẻ, hồn non.

Nhưng ly café có sữa:
Đen hòa với trắng ra nâu,
Ngọt, đắng giao tình chan chứa,
Một đôi quỉ khốc thần sầu!

Nếu đời anh như café,
Thì em chính là hộp sữa!
Em coi anh là đất hứa,
Anh mơ em làm hiền thê...

Bản Tự Kiểm
26

Thôi cho anh xin lỗi,
Đã làm em buồn lòng.
Những gì xa, xưa, cũ,
Đừng giận nữa nha không!

Bữa đó anh buồn ngủ,
Và mỏi mệt vô chừng,
Nên sinh ra quạu quọ,
Nên sinh ra lừng khừng.

Anh đợi em chút xíu,
Đã cự nự lung tung!
Em chờ anh rất nhiều,
Mà đâu có nổi sùng!

Dĩ nhiên em biết rõ,
Với em, anh thua xa
Một tấm lòng chịu đựng,
Một phong thái khoan hòa.

Bây giờ anh biết lỗi,
Đến gần em lân la...
Nói một lời nhỏ nhẹ,
Xin nụ cười thứ tha.

Những giận hờn êm ái
Làm em thêm gần anh,
Cũng như bọt sóng trắng
Làm tươi màu biển xanh.

Xin cũng như bọt sóng,
Đến rồi tan thật nhanh!

Con Kiến Trở Thành Chúa Tể
27

Môi em có đường:
Anh làm con kiến.
Môi em như hoa:
Anh làm con bướm.
Kiến mê đường ngọt,
Bướm say hoa thơm.

Mắt em có nắng:
Anh phơi lòng sầu.
Tóc em có suối:
Anh chìm hương sâu.

Bờ vai mịn ấm
Ru anh trăm năm.
Vòng tay quyến luyến
Giam anh hàng ngày.

Nụ cười có mật,
Giọng nói như đàn.
Em ngồi bên anh:
Anh làm hoàng đế.
Em nói yêu anh:
Anh thành chúa tể!

Kể Chuyện Mua Quà
28

Đường vào hội chợ phù hoa ngợp hàng ngoại hóa
Những áo, những quần, mỹ phẩm và đồ trang sức phô đẹp khoe sang
Pull Adidas, Les Lor, jeans Lee, Jordache, Levi's, trăm kiểu, trăm màu với trăm quốc tịch giăng mắc trùng trùng như những biểu tượng hòa bình đòi quyền con người và chống vũ khí hạt nhân
Ở đây giày bố Nam Hàn, Tây Đức, guốc Italy, thắt lưng Thụy Điển, đằng kia xe đua, quẹt gas, Camay, Revlon, Tabou, Emco... ôi chao bao nhiêu tủ kiếng bấy nhiêu hào quang hải ngoại
Đứng trong quầy hàng là những disco rực rỡ mắt xanh môi đỏ choáng ngợp phấn hương
Đi giữa rừng nhung biển lụa ngào ngạt Mỹ Kim anh chỉ trông tìm một thứ
Em biết gì không?
Một thỏi son môi làm quà sinh nhật!

Chao ôi, mới khó làm sao
Biết chọn làm sao cho hợp
Bao nhiêu là hue, là tone, độ bóng, sức ẩm, mùi nho, vị táo, biết chọn thế nào cho xứng
Cả một buổi sáng loanh quanh giữa chợ
Đến trước mỗi hàng mỹ phẩm, ngập ngừng, liếc qua tính hỏi rồi cơn xấu hổ nổi lên cuốn chân bước vội
Biết chọn làm sao
Anh đã ướm thử gần chục mẫu son lên môi trên mười cô gái (dĩ nhiên bằng sức tưởng tượng phi thường)
Nhưng không thể được
Không có môi nào như đôi môi em
Đắn đo suy nghĩ, anh chỉ hình dung được nét em cười
Chứ còn môi em hình dáng ra sao, thú thật anh chỉ nhớ là nó mềm, nó ngọt và nó say say...

Bước đi dần mỏi
Trưa nắng càng gay

Cuối cùng, sau khi gần như quen mặt tất cả mọi người trong chợ, anh đánh liều chọn cây này - em biết vì sao?
Bởi vì nó đỏ
Bởi vì nó tươi
Nó như một đóa hoa hồng

Hoa hồng không ai mặc cả
Anh tự nhủ thầm như vậy, nên vội tập trung công sức của mọi tế bào, hiên ngang tiến lên chỉ vào tủ kiếng
Ngay đóa hoa hồng môi em!
Hình như một trăm cặp mắt nhìn anh
Hình như cô chủ cười anh
Hình như..., hình như..., anh không còn biết được gì sau đó...

Bây giờ trao em
Có thể là em sẽ không vừa ý
Nhưng em hiểu cho
Đó là tất cả ngượng ngùng cả một sáng trưa Chủ Nhật đông người mà anh đã thắng để có chút quà màu thắm tình ta

Ngàn Xưa Có Ốc
29

Ngàn xưa có ốc,
Sinh giữa trùng khơi,
Giạt bờ đá dốc,
Gặp nụ hoa cười.

Xiêu lòng hồ hải,
Thề nguyền kết đôi,
Dậy niềm ân ái,
Gắn bó không rời.

Đêm sao lồng lộng,
Chiều nắng mây êm,
Tình đã say thêm,
Duyên càng sôi bỏng.

Biển sang mùa động,
Đàn gọi di thê,
Đại dương cồn sóng,
Đảo xa réo về.

*Ngày chia tay khóc,
Ướt vỏ vôi sầu,
Hoa ghì thân ốc,
Đau thương khẩn cầu:*

*Đã yêu cuồng bạo,
Dắt nhau qua cầu,
Lẽ phải đưa nhau,
Qua nghìn gió bão!*

*Đời, hoa không hiểu,
Ốc vẫn lặng thinh!
Xót hoa mềm yếu,
Lụy kẻ vong tình...*

*Trên bờ đá dốc,
Buổi chiều, qua đây,
Thấy nụ hoa gầy
Mòn trông dáng ốc.*

Một Mình Anh Với Hồng Nhan
30

Một mình, với điếu Pallmall,
Và ly chanh nóng trên bàn,
Nhìn vòng khói thuốc đang tan,
Nhớ Hồng Nhan, nhớ Hồng Nhan...

Một mình, đạp xe qua phố,
Hàng cây dài đang ngóng cổ,
Tầng lá cao lao xao buồn,
Con đường mong đợi hoàng hôn.

Một mình, với cây bút ngoại,
Tờ giấy nằm lười khô khan,
Bức thư rồi như âm đàn,
Gửi lạc vào đêm khắc khoải.

Một mình, nghĩ chuyện gì đâu,
Thuyền hoa kết duyên lần đầu,
Vết son môi, trên khăn tay,
Dạy nhau quên sầu qua ngày.

Một mình, một mình, một mình!
Hai năm làm kẻ vay tình.
Tiệc cuối, canh tàn, nợ hỏi,
Trắng bàn tay, miệng làm thinh...

Ơi Hồng Nhan, ơi Hồng Nhan!
Còng tay anh vào ngục tối...
Hãy cho anh đền trọng tội.
Hồng Nhan, ơi hỡi Hồng Nhan!

Một Ngày Em Bỏ Ta Đi
31

*Sao bỏ ta đi trong cùng một ngày
Mà không ai nói gì cho ta hay,
Để ta bơ vơ một mình sợ hãi,
Để ta cô đơn lang thang như vầy?*

*Ta không được tiễn khi người lên đường,
Cũng như dòng sông thiếu cầu bắc ngang.
Buổi chiều hôm nay không có người thương,
Cũng như mùa xuân thiếu cành mai vàng.*

*Kể từ hôm nay, ta làm thỏ con
Chui sâu vào hang, gậm nhấm củ buồn.
Kể từ hôm nay, ta làm bê non
Nhai lại cỏ sầu giữa đồng héo hon.*

*Đến giờ hẹn quen, ta ngồi ở nhà
Mà nhớ con đường cây cao đèn hoa.
Đường có trông mong? Đèn, cây có đợi?
Ta ngồi ở nhà, ngỡ ngàng, xót xa.*

*Ta không có người? Ta không có người?
Có chuyện hoang đường đến thế? Trời ơi!
Hương vị của người thấm qua dòng máu
Đã nuôi thịt da ta từ bao đời...*

*Ôi sao người đi không lời, không chữ,
Để ta ôm đầu chẳng biết làm sao.
Ta phải làm sao để còn hơi thở,
Khi cuộc đời này ta chẳng còn nhau?*

Chợt Mưa Chợt Nắng
32

Em đi đã được hai ngày,
Anh vẫn chưa hiểu chuyện này là sao.
Có gì nghi ngại lòng nhau,
Mà chẳng có lấy một câu giã từ?
Đến nỗi anh chỉ ậm ừ,
Nghe lời đồn đãi, ơ hờ chẳng tin.

Rồi năm ngày qua lặng thinh,
Anh bỗng cảm thấy trong mình bất an.
Kiếp người sao lắm nguy nan,
Dối gian cùng khắp, hợp tan dẫy đầy.

Em đi đã được mười ngày,
Nỗi trống trải mới bủa vây bầu trời.
Anh thấy thấm thía sầu đời,
Thiếu em là thiếu nụ cười ủi an.
Tuổi anh, bóng xế đêm hàn,
Em đi để lại tro tàn cho anh.
Một mình, ra phố ngó quanh,
Lại càng trơ trọi, một mình, một thân.

Em đi đã được hai tuần,
Anh tưởng anh cũng dần dần phôi pha.
Ngồi buồn nghĩ chuyện ngày qua,
Nước mắt anh bỗng ứa ra đầm đìa.
Hai tuần sao em chưa về!
Anh khóc, anh khóc não nề, em ơi...

Thương Anh Đừng Giận Anh Lâu
33

*Thôi đừng buồn nữa, Hồng Nhan,
Thế gian không ai hoàn toàn,
Anh dù thương em đến mấy,
Cũng không ra ngoài thế gian.*

*Anh sống qua nhiều tai biến,
Tuổi đời xấp xỉ ba mươi,
Đầu óc nặng nề phong kiến,
Hoài nghi tất cả môi cười.*

*Với anh, em còn trẻ quá,
Chút gì rất đỗi bé con,
Đôi lúc anh làm kẻ cả,
Nên em cứ phải tủi buồn.*

Mỗi lần lỡ làm em buồn,
Anh thấy ghét anh gì đâu,
Lớn đầu mà sao vụng dại,
Thương anh đừng giận anh lâu.

Thôi huề anh đi, cô bé,
Giận anh chút xíu thôi mà.
Anh biết lỗi mình không nhẹ,
Xin đền em một cành hoa.

Ta Vẫn Gần Nhau
34

Trong sân cư xá bên chùa có quán cà phê
Buổi tối đôi ta dừng chân ngồi nghe đêm về
Trà thơm chanh mát
Trăng sáng sao thưa
Mấy cánh dơi đen chập chờn lầu vắng
Ngọn cỏ lay buồn, sáo muỗi vi vu, hương người
    trầm lắng
Giọng hát thì thầm
Bài ca Thương Hoài Ngàn Năm
Lời nhạc dịu dàng, tiếng em trôi vào hồn anh
    chia thành mấy ngã

Kìa em có thấy
Bên kia đường là hàng me thay lá sau mưa đầu
    mùa
Những tàng cây mơn mởn nét xanh tươi mát,
    nét xanh thướt tha, nét xanh quyến luyến
Nhưng trên đầu ta
Vẫn là cội dầu thẳng tắp vút cao

*Cành lá lao xao màu xanh uy nghiêm, màu xanh
    dày dạn, màu xanh rừng già*

Một cơn gió mạnh tràn qua
Mấy trái dầu già cánh nâu xoay tròn phủ vây
    bốn phía
Mấy trái dầu non cánh tía
Sớm hiểu chuyện đời cũng vội buông tay
Về với đất này

Ồ em có thấy
Cửa sổ lầu cao cũng nhà sư ấy
Lui về trai phòng dọn chốn thảo lư đệm chiếu
    chăn màn
Nhà sư đang khuấy
Ly sữa đầy tràn
Uống xong khoan khoái đi nằm vì được bồi
    dưỡng hơn người sau ngày tu hành mệt nhọc

Hai đứa ngồi im
Giữa đêm huyền hoặc
Quán cà phê nhỏ đã thành thói quen ngây ngất
Trời khuya tĩnh mịch, bàn ghế sơ sài, cỏ lá um
    tùm và cả ngôi chùa trầm mặc

*Một mai thành phố vươn mình
Kinh tế đổi chiều qui hoạch
Chúng ta chẳng còn được ngồi bên nhau
Kề hai mái đầu
Khi ấy may còn chút mộng tình đau
Xin nhớ thuở nào
Đêm đêm trong sân cư xá bên chùa
Ta vẫn gần nhau...*

Muốn Biết Vì Đâu
35

Buổi chiều trời mưa có nhớ anh không,
Hỡi em quạnh hiu co ro mùa đông?
Bốn bức tường giam em vào nghiệp số,
Em có nghe mưa thấm đau vào lòng?

Ôi những giọt mưa rớt trên thành phố,
Giọt mưa rơi ngang ô kính vội vàng.
Lúc mưa trên cao, bến sông mù khói,
Thấy tóc em buồn như sông mênh mang.

Ôi mưa, ôi mưa, gió đùa hơi lạnh,
Tiếng mưa râm ran vỗ mái, sân buồn.
Ôi, buổi chiều đi, nặng nề mưa xuống,
Sao mắt không ngăn dòng lệ nào tuôn?

Buổi chiều, trông mưa, muốn biết vì đâu,
Sao mưa hay gợi lòng bao mối sầu,
Sao mưa xám như những ngày chia cách,
Sao mưa lạnh như khóc tình đêm thâu?

Bài Thơ Bên Suối

Tình Khúc Số 1
36

Trong phút sau cùng cuộc đời tội nghiệp
Anh đã gặp em
Và yêu tha thiết
Từ búp măng tơ nét dịu tay mềm
Mùi thơm của tóc
Đến tâm hồn sầu như những trẻ thơ khi vào lớp học
Bao giờ anh quên, bao giờ quên được!
Nũng nịu làm sao "em sợ quá chừng"

Dòng thư kẹp sách
Lời hứa ân tình

Câu nói lịch sử nào bằng "tin anh tuyệt đối"
Cách mạng vĩ đại nào bằng "ghét anh vô cùng"
Không có màu hoa nào tươi hơn má hồng căng mịn
Không có viên kẹo nào ngọt hơn nụ hôn môi trộm lần đầu

Không dòng sông nào dài bằng những giờ xa cách
Không truyện ma nào hồi hộp bằng những phút gần nhau

Anh đến bên em
Quì hôn tay ngọc
Anh đến bên em
Lệ tràn tim nhỏ
Hạnh phúc đầu tiên
Khi cuộc đời mình khép trang sau cuối
Vũ trụ tan thành mây khói
Riêng còn những đêm dài thương nhớ và hai chữ yêu em

Tình Ma
37

Ở cuối rừng sâu, chiều chiều gió xuống,
Có đôi chim khuyên lây lất đời nghèo.
Hạnh phúc êm như mây trời đạm bạc,
Chia xẻ ân tình, lá mọn cành rêu.

Ở bến sông sầu bấp bênh dòng nước,
Có thuyền cô đơn chở nặng ngày quên.
Năm tháng lênh đênh, chèo tơi ván mục,
Trên đã cao vời, dưới lại mông mênh.

Ở đảo hồng hoang, ngọn triều xa thẳm,
Con ốc lên bờ cát quạnh, nằm phơi,
Ngủ giấc kê vàng, đại dương chao sóng,
Xác tuyết trôi về đáy lạnh trùng khơi.

Ở phố tủi buồn có hai chúng ta
Yêu nhau như đôi chim khuyên hiền hoà.
Một tối không trăng, chèo thuyền ra biển,
Ghé đảo xây nhà, chọn đất trồng hoa.

Từ đó biển xanh pha màu trăng huyết,
Đêm đêm ngậm ngùi khóc cuộc tình ma.

Đi Ngang Trường Học
38

Buổi sáng lạnh, phố không tà lụa,
Hai hàng cây đâm thẳng lên trời.
Anh đã chọn đường đi xa nhất,
Quanh trường em, bốn cổng thưa người.

Em trong lớp, đang giờ bài kiểm?
Hình như đang cắn bút phải không?
Em cứ triệu hồn anh đến nhé,
Đổi nụ cười, trăm sự đều xong!

Hay cô đang gọi người lên bảng?
Nhỏ bạn em có thuộc gì đâu.
Ý thôi chết, đến em rồi đó!
Để anh vào nhắc hộ đôi câu...

Hay hôm nay học sang bài mới,
Sáng vội vàng, tập vở quên mang?
Em cứ lấy tình anh - giấy trắng,
Chép vào như tạc đá ghi vàng!

Cũng có thể đang giờ lao động,
Cọng lá khô nằm đó thở dài...
Anh lại gọi hồn em ra nhé,
Những vòng xe man mác đời say...

Em có thấy bướm bay ngoài ngõ?
Em có nghe chim hót đầu cành?
Em có mơ, và em có nhắc,
Với chút buồn nào đó, tên anh?

Ngày Về
39

Anh đã về trong một đêm mưa,
Đã về như trong chuyện đời xưa,
Đứng nhìn em mắt cười, mắt khóc,
Biết cười hay khóc mấy cho vừa.

Thôi đừng hỏi vì sao trở lại,
Đừng nói ngu, nói dại làm chi.
Anh đã nếm đớn đau nhiều quá,
Không có em, khôn dại ra gì !

Anh cũng biết về đây tủi nhục,
Sẽ vào tù, học tập như chơi.
Vâng, anh biết đây là địa ngục,
Kiếp đọa đày khổ lắm em ơi

Nhưng anh đã về đây rồi đó!
Để nhìn em yêu dấu muôn đời,
Em yêu dấu, muôn đời yêu dấu,
Chẳng thà cùng em chết mà vui...

Dù cháo rau, khoai mì, lúa miến,
Dù sắp hàng mua gạo nửa đêm,
Dù nông trường hay kinh tế mới,
Nhưng miễn là anh được gần em!

Dù đổi tiền, kiểm kê đi nữa,
Nhưng miễn là hai đứa gần nhau,
Dù chết non, hay chết bạc đầu!

Khát Vọng
40

Tôi vẫn nằm ôm mộng hải hồ,
Giận mình không sắm nổi thuyền thơ,
Chở vầng trăng - chở người yêu dấu,
Đến xứ ngàn hoa rợp bóng cờ.

Sông chảy về đâu, thuyền hỡi thuyền?
Biển trời, thôi chắc thiếu nhân duyên.
Đời không dám tưởng trùng dương nữa,
Hải đảo nào xưa cũng lỗi nguyền.

Không biết lầu xa có dạo đàn,
Sao lòng nức nở những âm tan,
Trời ơi, gió lớn - buồm đâu nhỉ?
Khép cửa phòng thu: khép ải quan.

Không biết từ thành phố có nên?
Hay từ bến cảng mới lênh đênh...
Trưa nhìn mây trắng từ đâu lại,
Tôi thấy quanh tôi sóng bập bềnh.

Có tối chiêm bao rất lạ lùng:
Đi từ cuối hẻm đến đầu sông,
Gặp ai cũng hỏi đường ra biển,
Ai cũng làm thinh đứng khóc ròng!

Có tối nằm ôm chăn, thấy nhớ,
Tung chăn, tìm bút giải tâm tư,
Bỗng đâu lệ cứ nhoè trên mắt,
Gục xuống giường, mơ giấc trẻ thơ.

Hãy để tôi đi về đất mẹ,
Nơi không khôn lớn, chẳng ra đời,
Nhưng con tim đã dài thương nhớ,
Hãy để tôi về, Thượng đế ơi!

Hãy nổi cuồng phong trên khói lửa,
Hãy xô lục địa xuống luân hồi,
Hãy cho tôi với người yêu dấu,
Vượt biển lên đường, Thượng đế ơi!

Hịch
41

Hỡi tất cả thần dân
Hôm nay mùng 10 tháng 8 Trăng Sáng nguyên niên, ngày kỷ niệm đêm bày tỏ thiêng liêng
Đêm lịch sử có một không hai trong tận cùng trời đất
Trước bàn thờ Chung Thủy trong tiếng trống lung lay bóng nguyệt và khói trầm bay ngào ngạt hương sen
Với hào quang của quyền lực vô biên

Ta truyền:
Toàn thành phố kết hoa đăng, thắp lên 22 triệu đèn sao, mỗi đèn 17 vì tinh tú
Mây trắng tụ thành những cánh phong lan trải thảm trên 43 con đường kỷ niệm và mây xanh biến hình hoa giấy hãy phủ đầy trên những mái tóc hồn nhiên

Dọc các vùng xanh, 400 triệu bụi cỏ đọng sương thành ngọc để kết lên triều phục cho 120 ngàn cao ốc, và cho 700 ngàn cổ thụ treo cờ lá, nở hoa thơm, mỗi đóa hoa dạo đàn cho mười đom đóm múa

Hỡi tất cả thần dân, ta truyền:
Sông Sài Gòn hãy cuồn cuộn rượu Hoàng Hoa, và cho tất cả đò, ghe, tàu, thuyền chở cổ bàn về ngay bến Nhà Rồng mở yến diên chiêu đãi sứ thần của 8 hành tinh bạn
Để thêm phần long trọng
Cho 32 triệu côn trùng hoà âm 60 tình khúc và 85 triệu ểnh ương trong cả nước về đây hợp xướng 55 bản trường ca
Cùng lúc đó gió cấp 5 nổi lên để đưa nhã nhạc đến mọi hang cùng, ngõ hẹp, đưa tiết tấu lên 9 tầng trời và đưa cung bậc vào sâu trong đất ở 171 nghĩa trang lớn nhỏ gần xa
Cho 25 ngàn km đường dây tải điện dập dồn tín hiệu được truyền đi khắp không gian, bức xạ mọi tin vui về dạ hội, truyền ra đầu cuối dải Ngân Hà

Và để san sẻ niềm vui
Mỗi quan chức được mua ngoài tiêu chuẩn 24
    lít dầu dùng đốt lên ngọn lửa tin yêu chứa
    chan nồng ấm
Mỗi công nhân được mua thêm mười cân gạo, 2
    hộp sữa và 5 bao thuốc lá để tổ chức liên
    hoan theo từng phố, từng nhà
Mỗi học sinh được lãnh ngay một năm học bổng
    để dành mua giấy bút, sách vở và còn được
    phát thêm quà bánh
Cho 25 viện sĩ viện hàn lâm và 307 giáo sư tiến
    sĩ ở các đại học trứ danh nhận huy hiệu và
    bằng khen vì đã có công hoàn thành phụ
    chương của từ điển bách khoa gồm 2412
    định nghĩa tình yêu với 116 phương trình
    hạnh ngộ
Cũng trong dịp lễ trọng đại này gia phong cho
    các loài đều được tiến hóa thêm một bước,
    như cho tảo thành dương xỉ, dương xỉ hóa
    bằng lăng, như mối mọt thành ruồi cho ruồi
    thành châu chấu, như cá thành ếch nhái cho
    ếch nhái hóa thành chim, cho kỳ nhông thành
    vượn, cho vượn thành người và cho người
    thành á thánh

Hỡi tất cả thần dân
Trong ngày kỷ niệm thiêng liêng của mối tình vĩ đại, trong sáng, bền vững đời đời và xanh tươi mãi mãi, tất cả hãy đặt bàn tay trái lên tim, ngón tay phải giơ cao hình chữ V, cùng hô to khẩu hiệu theo ta:

Chủ nghĩa Tình Yêu vô địch muôn năm!
Nước Việt Nam là một, dân tộc Việt Nam là một - sông có thể cạn, núi có thể mòn - nhưng tình của chúng ta không bao giờ thay đổi!

Hỡi Ái Khanh yêu dấu
Ta truyền cho nàng mang vương miện bảy sắc cầu vồng và khoác áo trăng vàng nghe sắc phong:
Đêm nay làm lễ đăng quang cho Hoàng Hậu

Đêm Với Mưa
42

Mưa biết tôi buồn nên mưa mới đến,
Hãy ở cùng tôi cho hết đêm này.
Tôi kể mưa nghe chuyện đời đen bạc,
Những chuyện qua đường, những chuyện
                              đổi thay.

Tôi kể mưa nghe chuyện người con gái,
Mà tôi đã yêu cho đến lỡ làng.
Cũng chẳng lâu gì - mới từ năm ngoái,
Ôi một năm trời chi xiết đa mang!

Tôi đã yêu nàng như trời yêu đất,
Như biển yêu trăng, yêu đến vô cùng.
Có những đêm dài, nhớ thương tầm tã,
Tôi đốt hương thề một dạ thủy chung.

Có buổi tim tôi tưởng chừng ngưng đập,
Nghe tiếng run run, hơi thở dập dồn,
Rất khẽ, nhưng trời! yêu đương biết mấy,
"Yêu anh hoài hoài", muốn cắn môi hôn.

Có buổi lang thang phố chiều êm ấm,
Có tối nhìn say đôi mắt đẫm tình,
Tay cách tay, mà hồn thân quá đỗi,
Áo hở duyên đầu, ngực mở hương trinh.

Ôi kỷ niệm ơi, đừng về đây nữa,
Trời hỡi, những gì quá khứ, đi đi!
Úp mặt xuống giường, lòng tôi gãy nát.
Mưa hỡi, mưa ơi, biết nói thêm gì...

Nàng đã quên tôi, thôi đừng nhắc nữa,
Rồi cũng đến ngày kết thúc yêu đương.
Mưa hãy giùm tôi, vỗ về giấc ngủ,
Giấc ngủ đêm nào sao cũng thê lương...

Một Phút Buồn
43

Cô bạn mà tôi đã nặng thề,
Có hàm răng lệch thấy mà... ghê!
Có đôi mắt cận trông mà... nản!
Có thế, mà tôi vẫn cứ mê!

Tôi biết làm sao được, hở trời?
Ghét thời ghét đến tận cùng hơi,
Thương thời thương đến... mười lăm phút,
Tôi biết, mà thôi, biết thế thôi.

Tôi biết rằng tôi lại nhớ nàng,
Nhớ từ... lục tỉnh đến trường an,
Nhớ từ vai tóc lên môi má,
Tôi nhớ... mà tôi muốn ứa gan!

Tôi nhớ mà tôi vẫn ghét hoài.
Ghét mà lại nhớ? Nghĩ mà cay...
Nghĩ mà cay đắng! Thôi đừng nhớ...
Nhớ để mà chi, đã nhạt phai!

Tôi biết nàng phai nhạt lắm rồi.
Đời buồn còn lại mỗi mình tôi.
Mình tôi buồn quá... buồn chi nhỉ?
Buồn, để mà buồn, như thế thôi...

Bài Thơ Bên Suối
44

Nếu có nhau trong chiều nay,
Sẽ hẹn cùng ra bên suối,
Dìu nhau lắng nghe hương say,
Nhịp thở rừng thiêng không tuổi.

Nếu tình cờ, bên suối vắng,
Thấy hoa vàng nở ven bờ,
Đừng hái, để hồn trong trắng,
Lặng nhìn cũng đẹp như mơ.

Nếu nhẹ đi theo dòng nước,
Nghe lá reo trên tầng cao,
Vai tựa vào vai cũng được,
Có ghì ôm cũng không sao.

Nếu chỉ chim rừng rộn rã,
Nhạc rừng du dương lắm thay,
Nhưng giọng người êm ái quá,
Ru nhau suốt quãng đường này.

Nếu có nhau không hẹn hò,
Sẽ vui hơn mùa trăng cũ,
Bài ca hát không đợi chờ,
Ấm ngọt hơn màu huyết dụ.

Nếu đã từng nghe vị đắng,
Lưỡi mềm quyện xoắn thân nhau
Mà chỉ vành môi thấy đặng,
Cũng hơn đến tận nguồn đào.

Nếu vành môi cong chút nữa,
Chắc đầu lưỡi đã pha phôi,
Nhưng vành môi vừa hé đủ,
Nụ hôn lịm đến tê người.

Nên khi chiều xuống bên đồi,
Lòng cứ vô cùng thương nhớ.
Ước gì mãi mãi chung đôi,
Suốt cuộc đời yêu bỡ ngỡ.

Khóc Kể Tình Đau
45

    Con đường đất đỏ dẫn về thành phố
    Chỉ còn là kỷ niệm cần quên
    Sáng hôm nay
    Anh ra tận bìa rừng
    Đứng gọi tên em như mưa gào thác đổ
    Một con chim mủi lòng trả lời anh bằng điệu hót mông mênh
    Nhưng bốn bên tiếng ve vang vang thét xoáy vào tai anh câu duyên trời mệnh số

Ôi
    Rừng núi kia ơi
    Có đủ thiêng để chứng cho dòng nước mắt này vốn chan hòa hơn suối, cho tiếng khóc này vốn thảm thiết hơn tiếng vượn hú cô đơn
    Có đủ sâu để lắng tiếng hồn đau rên siết
    Có đủ âm u để anh moi tim vùi đất, tưới máu nhớ thương mà không người hay biết?...

Ôi
    Ta muốn hỏi muôn nghìn cỏ hoa đồng nội: vui vì đâu mà vẫn cười trong nắng nhạt; hỏi cả bầy chim cút lẩn lút bên trong: có hạnh phúc nào mà cứ trốn đợi hoàng hôn?

Ta muốn ngỏ cùng đám dây chằng chịt, phải chăng đời là nghịch cảnh, từ khi mở mắt chào đời đến mỗi lần gục ngã, phải chăng chỉ là từng lóng buồn của mỗi mắt tre gai?

Ta muốn giãi nỗi đớn đau chua xót với cọng rễ tranh, với trái chùm bao, với con sóc ngẩn ngơ chót vót và với lão cắc kè bông lơ láo đầu cành

Ôi, ta muốn khóc bên gốc bằng lăng cao ngất, muốn quì xuống bươi nát tổ kiến vàng, vì, hỡi ơi, sao cõi lòng héo hắt, sao bốn hướng trời đều tắt nghẹn và sao nức nở từ đây một kiếp con người

Hỡi viên đá cuội đen đủi dưới mặt nước trôi êm ả kia ơi mi có biết từ đây là hết là thôi chẳng còn gì mà từ đây chỉ còn là dã thú gọi rú trăng khuya

Ôi em ơi

Em có nhớ hai năm trời hạnh phúc bao nhiêu buồn đau vui hận, bao nhiêu lần chúng mình giận nhau rồi lại càng sâu thương mến, em có nhớ những đêm tan học anh đưa em về tận cổng, những vòng xe quanh thành phố từ cực bắc đến cực nam, em có nhớ những cái siết tay và những nụ hôn nồng tê môi lưỡi

Em ơi, anh van em, van khắp cả mười phương trời phật, hãy cho tôi được gặp người tôi yêu lần cuối, đừng để tôi xa nàng, đừng, đừng gì cả và cho tôi vẫn như hôm qua, hôm kia, và chúng mình vẫn mãi mãi còn nhau

Em ơi anh biết phải làm gì... dù có đốt cả mây xanh mây trắng để vẫn còn như hôm qua hôm kia, dù phải xoay lại hướng thời gian, dù đốt cả địa cầu anh cũng đốt miễn là hai chúng ta vẫn được còn nhau

Ôi con đường đất đỏ dẫn về thành phố và bãi tha ma ở bên kia đồi, ôi thượng đế ơi hãy trả con về những ngày tháng cũ dù phải đổi hình hài hay thể xác hay bất cứ điều gì con có

Em yêu dấu ơi anh khóc đến bao giờ ta mới lại được gần nhau?

Trở Lại
46

Ngày anh vào khám,
Mặt lạnh như tiền,
Lòng đau như cắt,
Túc trái tiền duyên.

Ngày anh trong khám,
Đắp đổi dưa cà,
Đêm nằm tủi phận,
Tính chuyện ngày ra.

Ngày anh được thả,
Mừng hơn tái sinh,
Chân run lòng rỗng,
Lệ chứa chan tình.

Ngày anh về phố,
Đói lạnh không cần,
Gột niềm lam lũ,
Giả dạng thường dân.

Ngày anh gặp lại
Người em yêu thương,
Cầm như trời đất
Mở lại thiên đường.

Anh giờ đến buổi
Rã rượi không cùng,
Mà em còn mãi
Một đời thủy chung.

Chung lòng đau xót,
Hạnh phúc buồn rơi,
Chung niềm tuyệt vọng,
Ôi,
Phận số con người!

Truyện Chúng Mình
47

    Khi tôi trở về tìm em thì thiên truyện tình kia đã hết.
    Tác giả viết tên thành phố, đề ngày cuối thu, một năm cách mạng cộng hòa

Bản thảo đã lên khuôn
Giấy trắng in dòng mực chết
Bàng hoàng tôi mở lại từ đầu

    Chương thứ nhất, tôi gặp em ở một lớp hè Toán Lý, thông minh, háo thắng, vội vàng và một chút tiểu thư
    Để tôi viết cho em bài thơ tỏ tình thứ nhất
    Chương thứ hai là những phút hồi hộp đợi chờ, phút sung sướng nghe em nói rằng tôi làm em sợ quá, phút run run trong phòng riêng đọc bức thư viết ngược phải soi vào gương mới thấy dòng chữ thiêng liêng "tin anh tuyệt đối" - ôi hạnh phúc đến triền miên hạnh phúc đến vô bờ

Những chương kế tiếp là chuyện của hàng trăm thứ đầu tiên, từ nụ hôn tay, quãng đường đi chung, đến đêm Noël rất thánh, kể cả buổi chiều lang thang phố gió và quán kem đại lộ hoàng hôn, tất cả đều là lần đầu tiên bỡ ngỡ, tim bâng khuâng tận hưởng những ân cần

Ôi biết nói gì khi đọc lại đoạn đầu chia tay rồi bất ngờ gặp lại, một tuần trăng mật hẹn nhau ở bất cứ nơi nào và cho nhau trọn vẹn, kỷ niệm mù trời về lãng đãng chiều hôm

Chương 16 có lẽ là chương đẹp nhất, tác giả nói rằng sóng gió không lấp được tình yêu, em vẫn đến thăm tôi mỗi chiều Chúa Nhật, ta cùng ngồi ôn chuyện cũ, xót xa đời và vạch hướng tương lai, cực tả nét hồn nhiên rực sáng khi em kể về tuổi thơ, về búp bê, mà tôi thì mãi ngẩn ngơ suy nghĩ nên không hề hay biết

Quyển sách tận cùng ở chương 17, bằng tuổi đời em ngày mình quen nhau... nhưng là một chương nước mắt

Thật không hiểu vì đâu rồi mình bỗng dưng xa cách, đời tôi thì nặng nợ áo cơm lấy đạm bạc mà nuôi thân lấy an bần làm lẽ sống, còn em thì phận số mong manh, không hiểu vì đâu mà xóa lời hẹn ước, chỉ mấy năm qua đã tay bế tay bồng

Bản thảo đã lên khuôn, hiệu đính làm sao cho được? Không lẽ đính chánh rằng ấn công lầm lẫn cả đoạn cuối cùng, hay tháo bỏ hết chương sau nhờ người viết lại?

Nên khi tôi trở về tìm em thì không còn gì để nói, chỉ đành ôm quyển sách đọc đi đọc lại rồi bưng mặt khóc, hỡi trời ơi đọa đày chi đời con mệnh yếu, ích gì đâu làm nát cõi lòng con?

Hỡi trời ơi tôi cứ muốn tưởng đây là mộng, muốn dỗ lòng rằng truyện vẫn như xưa... tôi bỗng cười vì thấy tình mình vẫn đẹp, vì mai sẽ gặp nhau để tôi đưa em vào quán gọi ly chè đá và em lại trả tiền, cho bà chủ ngẩn người ra không hiểu

Nhưng tôi bỗng lịm người đi, quyển sách rớt trên bàn tiếng vang nghe lạnh lẽo

Nhân vật chính trở về
Lạc lõng đứng ngoài
Những trang sách đã in.

Như Xưa
48

Anh muốn sống lui về thuở
Chúng mình còn ở gần nhau,
Xa cách đủ làm thương nhớ,
Giận hờn chẳng được bao lâu.

Ngày em nếm vị tình đầu,
Choáng ngợp vành môi đương độ,
Bàng hoàng khóc mộng đêm sâu,
Mỗi mỗi anh chiều anh dỗ.

Em vẫn cười trêu mệnh số,
Buồn anh đắn đo tương lai.
Đâu biết chiều nay bể khổ,
Xoáy sâu vực thẳm đêm dài.

Thời gian lớp lớp an bài,
Anh chỉ ngồi ôn dĩ vãng,
Giọng đời rót nhẹ bên tai
Những chuyện cơ hồ quên lãng.

Anh đã thay hình, đổi dạng,
Nhưng lòng mãi mãi như xưa.
Năm tháng dập vùi năm tháng,
Tình yêu quyết chẳng phai mờ.

Đời rồi mất vẻ nên thơ,
Anh vẫn sống vui về thuở
Chúng mình, rất đỗi ngu ngơ,
Chỉ biết yêu và biết nhớ.

Nói Với Anh
49

Anh cứ trách rằng em thay đổi!
Không thiết tha như thuở ban đầu,
Nửa ân cần, nửa như hờ hững,
Khoảng xa giờ mỗi lúc thêm sâu.

Anh cứ trách rằng em thay đổi!
Áo hẹn hò đã nhạt màu xanh,
Chẳng như xưa dịu dàng ngoan ngoãn,
Mỗi mỗi đều nghe theo lời anh.

Anh cứ trách rằng em thay đổi!
Dễ giận hờn những chuyện không đâu,
Qua rồi những ngày say đắm ấy,
Chẳng bao giờ mình giận nhau lâu.

Anh cứ trách rằng em thay đổi!
Hay buồn đời oán phận lăng nhăng,
Mà không dám làm chi xứng đáng...
(Anh đã làm được cái gì chăng?)

*Anh cứ trách rằng em thay đổi!
Lắm suy tư mất vẻ nhu thùy.
Vâng em có đổi thay anh ạ,
Kiếp nô tì trang nhã mà chi?*

*Không dòng dõi để mà vênh váo,
Lại căm hờn lý lịch hay sao?
Nhục nhã đâu ngụy tề anh nhỉ,
Vinh quang chi đảng cướp sang giàu!*

*Vâng em có đổi thay anh ạ!
Cuộc đời nhiều tình tội xót đau,
Cha già đến mòn hơi ngục tối,
Phận em còn chi nữa mai sau.*

*Vâng em có đổi thay anh ạ!
Miệng đã nhàm cơm hẩm mì chua,
Tai đã đầy những câu gian dối,
Mắt còn gai lũ chó theo hùa.*

*Em đã khác hơn xưa nhiều lắm,
Thế bây giờ anh chán em chưa?
Lòng em đối với anh, cũng khác,
Em, bây giờ, yêu anh hơn xưa...*

Em Vẫn Chưa Hề Thay Đổi?
50

Đời có những khu vườn xinh xắn,
Hoa dịu dàng, trái ngọt quanh năm,
Và có những ngôi nhà êm đẹp,
Vững vàng qua mấy độ thăng trầm.

Không thiếu những con đường nhung lụa,
Những cuộc tình mãi mãi dài lâu.
Không thiếu những lứa đôi kỳ diệu,
Cứ sang giàu hạnh phúc bên nhau.

Anh cũng thoáng ước mơ như vậy,
Nhưng chắc là ảo vọng tương lai.
Thời thế khó làm nên sự nghiệp,
Giữ phận mình thơm sạch là hay.

Anh đến em với bàn tay trắng,
Với nụ cười chịu đựng, bao dung,
Với con tim chưa hề vội vã,
Biết trầm tư gạn đục khơi trong.

Anh chỉ có chút hồn thơ mộng,
Biết bàng hoàng những phút gần nhau.
Anh chỉ có tấc lòng ngay thật,
Biết giữ niềm xác gởi thân trao.

Chiều thanh thản, người đông, phố sáng,
Biết dìu em đại lộ muôn màu,
Say bát ngát hương trời cao rộng,
Như ngày nào bỡ ngỡ quen nhau.

Đêm trời nóng, ra ngồi hiên vắng,
Trăng sao hiền đẹp như ngàn hoa,
Anh biết uống mắt môi tình tứ,
Biết thì thầm riêng chuyện đôi ta.

Nếu đời chỉ mình anh biết sống,
Chỉ mình anh mới thật lòng yêu,
Anh đâu sợ những gì chia cách,
Chuyện của mình sẽ đẹp bao nhiêu.

Duyên gặp gỡ còn nhiều may rủi,
Em hình như vẫn đợi chờ ai...
Anh biết chứ, anh buồn ghê gớm,
Chuyện của mình, thôi, sẽ mau phai...

Hoa Mừng Sinh Nhật
51

Anh lấy giọt sương
Đọng trên ngọn cỏ
Chờ đêm trăng tỏ
Ngâm mật cầm hương

Anh dừng gió núi
Một chiều cuối đông
Gởi cho lá thông
Phơi ngang dòng suối

Anh gói tia nắng
Mặt trời sớm mai
Vô cành mai trắng
Ủ một trăm ngày

Anh lượm vỏ ốc
Bãi sóng trinh tuyền
Tưới nước đào nguyên
Cẩn thân danh mộc

*Anh xin hạt phấn
Cánh bướm trường sinh
Ép giữa tâm kinh
Ghi lời Phật dẫn

Anh thâu tiếng pháo
Kỷ niệm mùa xưa
Khắc đôi tà áo
Cúng nguyện giao thừa

Anh giấu âm đàn
Dương cầm mộng khúc
Trong một giò lan
Che sau mành trúc

Anh nuốt bài thơ
Viết bằng lửa nguyệt
Lên trang giấy tuyết
Nhập vào cõi mơ*

Chiều nay bắt ấn
Niệm chú huyền công
Án ma ni bát di hồng

Nắng, sương, ốc, gió,
Phấn, pháo, thơ, đàn
Chớp mắt hòa tan
Thành chùm hoa nhỏ

Buổi đời chật vật
Hoa mọn, tình nhiều
Anh mừng sinh nhật
Của người dấu yêu

Mưa Khi Anh Ra Đi
52

Khi anh ra đi nguyệt quế đang mùa hoa
Những lá quỳnh trĩu bông tơ nõn
Mưa dầm dề
Trời cố đô mây bão mênh mông

Khi anh ra đi
Mái tóc em buồn như đời con gái
Vầng trán thông minh chìm trong biển sầu
Và đôi mắt
Ôi đôi mắt của ngày biệt ly

Khi anh ra đi
Khoác trên vai chiếc áo mẹ hiền
Kỷ niệm về níu lấy bước chân

Anh ngoái nhìn
Nước Việt Nam hình cong như chữ S
Có những người thân
Bàn tay vẫy chào
Như nói: thôi, đừng bao giờ trở lại
Anh muốn giơ hai ngón tay tạo hình chữ V
Hẹn với Việt Nam ngày Về trong Vinh quang
Nhưng thôi
Biết đâu chẳng là chào Vĩnh biệt?

Khi anh ra đi
Giữa hàng người lao xao đưa tiễn
Anh đã thấy em
Cùng dòng lệ nóng
Anh chợt nghe mưa tan nát cõi lòng
Em ơi
Tội nghiệp cho tình của chúng ta
Tội nghiệp cho đời của chúng ta

Qua hàng lệ nóng
Anh đã thấy em một mình đạp xe qua phố giữa nắng trưa gió chiều hay giữa đêm trăng sao
Chiếc bóng cô đơn
Một mình em trên những con đường hoang vắng
Trên những con đường của chúng ta xưa
Con đường nào sẽ đưa em đến gần anh?

Khi anh ra đi, em ơi không ngăn được dòng nước mắt
Mưa dầm dề
Cho người ở lại chút mộng bình an
Chút niềm hy vọng
Cho em yên tâm đợi chờ
Em yêu
Em yêu
Mình sẽ chờ nhau

Ngoại Tập

Thư Về Cố Hương
53

Quãng đời còn lại có bao nhiêu ngày?
Có bao nhiêu chiều như buổi chiều nay:
Anh đốt điếu thuốc nghe lòng tàn héo,
Nhớ thương dập vùi cô đơn bủa vây?

Anh lật bàn tay: chỉ rối mịt mờ.
Đâu dấu hiệu nào gặp lại người xưa?
Mệnh đạo mơ hồ - tình yêu đứng lại,
Có phải quê người nghĩa là bơ vơ?

Thư vượt trùng dương chở lòng đi theo,
Mấy trang li ti, chữ ít, thương nhiều,
Anh đủ hay rằng, ngày này, tháng trước,
Em vẫn yên bình, rưng lệ, buồn hiu.

Anh nhớ đêm nào đôi ta bên nhau,
Dâng môi tin yêu hiến tình ban đầu,
Sau trước đôi lần nói câu: em sợ!
Lời ngõ bồi hồi, lời cuối đớn đau...

Lại nhớ bên sông cây cành bách thảo,
Nhớ bóng dừa soi kinh ngoại ô buồn,
Nhớ phố đêm trôi dòng xe ly biệt,
Ngày chia tay đời cũng như hoàng hôn.

Em yêu ơi, anh sẽ nằm mộ khách,
Nhưng nửa cuối đời có em hay không?
Có em đi cùng, đôi chim suối vắng?
Em ơi, nói đi, cho anh yên lòng.

Nếu
54

Nếu anh có ở nhà,
Thì đã đến với em đêm nay.
Trời tháng Tám mưa dầm từ chiều đến tối,
Nhưng có làm sao!
Áo nhựa tái sinh cũng đỡ ướt phần nào,
Ống quần xăn đến gối,
Mà xe đạp thì sợ gì con đường lụt lội!

Biết đâu nhằm một trong mười ngày lao động
    hàng năm,
Chuyến xe chủ nghĩa đưa anh về từ rừng Phước
    Long nắng cháy,
Lon Guigoz giấu trái bắp non vừa hái,
Về cho em,
Ngọt cũng gần như lời xưa anh đã thì thầm.

Nếu anh vừa lãnh hàng trong vòng ba tháng trước,
Thế nào cũng để dành cây son, vỉ thuốc,
Hoặc một món gì xứng đáng với tình ta,
Gói khăn lụa, bọc giấy hoa,
Gọi là nhớ đêm ngỏ tình xiết bao hồi hộp.

Nếu túi rỗng, không quà, thì áo đây còn tốt,
Mang giải chợ trời là có tiền cái một!
Chen lấn, xếp hàng mọi cửa hiệu quốc doanh,
Kỷ vật bây giờ dù đường, tiêu, tỏi, đậu xanh,
Vẫn quí gấp trăm mấy nụ hồng trơ trẽn.

Nhưng nếu cả điều này cũng không thể được,
Thì sẽ anh dũng đến một mình với hai tay không,
Gặp em, sẽ nói: anh yêu em bằng cả tấm lòng,
Rồi hai đứa sẽ cùng cảm động,
Vì chúng mình riêng vẫn có nhau.

Đó là anh nói nếu như anh có ở nhà,
Nhưng anh đâu có ở nhà...
Nên nhớ em, chạy cùng trời mà chẳng tới nơi!
Hai đứa như con trùn bị nhát cuốc xả làm đôi...
Hai khúc thân đoạn trường ly biệt,
Máu vẫn rỉ như nước mắt khóc gào thảm thiết,

Em ơi,
Mai nếu lỡ có gì thì chết mất em ơi...

Đêm Mưa Đất Khách
55

Mưa rơi sao không rơi một mình?
Gọi ta làm gì giữa đêm buồn tênh?
Quê nhà đâu còn ai mong nhớ,
Đâu còn ai thương mà khóc tình?

Mưa muốn cùng chia giọt lệ tủi?
Lệ ta đã khô nhiều đêm rồi.
Chuyện cũng đâu còn mà kể nữa?
Ta, giờ như giấc mộng tàn thôi.

Mưa chẳng như mưa buổi ấu thời:
Mây trùm Đồng Tháp nước chơi vơi.
Động lòng con ểnh ương sầu xứ,
Một tiếng kêu thương dội cuối trời.

Cuối trời đâu còn ai để nghe?
Đêm mưa đất khách lạnh tư bề.
Bàn tay muốn nắm bàn tay cũ,
Chỉ tiếng mưa sầu rơi tái tê...

Thức Đêm
56

Mở phin nhôm trắng,
Bỏ nhúm cà phê.
Nước sôi vừa lắng,
Đường sánh bờ ly.
Dòng hương đen đắng,
Ngợp làn gió khuya.

Vạch nét bút chì
Lên tờ giấy mỏng,
Bài thơ tàn mộng
Thành những vệt mờ,
Ngoằn ngoèo vô nghĩa
Như lời hứa xưa.

Uống không chừa cặn,
Vẫn thấy sầu cay.
Đàn trong băng nhựa
Nức nở cung gầy.
Cuốn phim tưởng niệm
Quay tàn đêm nay.

Ta Mất Em Nên Lạc Hướng Đời
57

Ta mất em, trăng hết sáng rồi!
Đêm đời, buồn suốt tháng ba mươi.
Con đường không có người tâm sự.
Mộ khách mai nằm với lẻ loi.

Sầu, đến thăm ta, cũng lắc đầu
Ướp tình tàn lụi, giữ bao lâu?
Ta nhìn sầu, lệ tràn đê vỡ...
Ảo tưởng nuôi hoài không bớt đau.

Ta chẳng còn ai để nhớ về,
Mối tình kể mãi... hết người nghe!
Mủi lòng, thương bóng mình trong kiếng:
Ta mất em, đời lạc hướng đi.

Dự Đám Cưới Tình Xưa
58

Em lấy chồng đã tròn một năm,
Lòng anh vẫn chưa yên sóng ngầm.
Nhờ bút kể tình xưa lên giấy,
Lệ ở đâu bỗng tuôn ướt dầm.

Em lấy chồng đã mười năm qua,
Lòng anh đã tan cơn bão già.
Anh cũng có con rồi đấy chứ,
Vợ anh hiền như một cành hoa.

Em lấy chồng đã mười lăm năm,
Anh đã dám nhìn lại trăng rằm.
Những buổi tối bên đèn đọc sách,
Anh làm những bài thơ rất đằm.

Em lấy chồng... in là... hôm qua?
Hình như có mời anh đó mà!
Anh đi dự, tưng bừng tiệc cưới,
Rượu say về nằm hát ê a...

Đôi Guốc
59

Nằm lặng lẽ trên nền gạch quán café không
    nhạc,
Không một lời than,
Không trách móc,
Đôi guốc,
Ba đóa hồng trên đôi quai huyết dụ,
Dưới đất, buồn hiu.

Trên bàn, hai chén canh thẫn thờ nguội lạnh,
Hai ly kem tan chảy, nhòe nhoẹt mùi dâu,
Chỉ vài giọt nước mắt,
Chùm khăn giấy trên bàn không đủ!

Không nhìn nhau,
Hỏi không thành câu,
Trả lời chỉ là tiếng nấc,
Lắc đầu...

Lắc đầu...
Không thể nào tưởng tượng nổi!

Thôi về,
Bài ca thương hoài ngàn năm?
Em phải về.

Xỏ đôi guốc vào chân,
Tay anh run,
Không khác gì ngày xưa...

Chiếc Khăn Tay
60

Hai mươi sáu năm qua,
Chiếc khăn tay màu ngà
Còn nguyên dòng châu ngọc
Của tình yêu phong ba.

Hai mươi sáu năm trời,
Sao nhắc vẫn rụng rời!
Một phen lầm gió bụi,
Tan tác hai mảnh đời.

Bảy năm ròng có nhau,
Ai biết được ngày sau.
Đâu ngờ sai một bước,
Là dẫm nát duyên đầu.

*Tròn hai năm đợi chờ,
Ngủ, thức, chập chờn mơ,
Chợt bùng như sét nổ
Chém đứt nghiến trời thơ!*

*Ôi, trăng vỡ trời xa,
Trăng thành của người ta!
Tan luôn rồi, ánh chiếu,
Lay lắt góc khăn ngà.*

*Ta như kẻ điên rồ,
Gói mảnh đời hư vô
Vào vuông khăn bất hạnh,
Như giấu trái tim khô.*

*Hai mươi sáu năm dài,
Làm gã bán ve chai,
Nhặt bên đường, của rớt,
Chắp vá lại đời trai.*

Mặt đâu còn nét tươi,
Nhăn nhúm, tưởng như cười,
Nhoài soi dòng nước đục,
Nhìn mãi mới ra người...

Trên khăn tay úa nhàu,
Dấu lệ chửa phai màu,
Nhưng lâu rồi, đã tắt
Tiếng thổn thức bên nhau.

Nhúng dòng nước tịch liêu,
Giũ nhẹ, vuốt cho đều,
Trả về năm tháng cũ
Châu ngọc của tình yêu.

Về khoảnh đất mưa lầy,
Vẹt bùn, nằm sãi tay.
Rượu, ca, ồn xóm vắng,
Trùn, dế, đóm cùng say.

Người xưa... chừng trở giấc,
Trăng vỡ mái lầu tây?

Chú Thích

[08]

Bốn câu đầu là lời một bài hát sinh hoạt cộng đồng, ghi lại theo ký ức trong một đêm tại Kiêm Ái, Đà Lạt.

[19]

Đoạn cuối viết theo Đoàn Thị Điểm trong Chinh Phụ Ngâm:

Xanh kia thăm thẳm từng trên
Vì ai gây dựng mà nên nỗi này

[22]

Ba đoạn đầu viết theo bài thơ

Es war ein alter König
Heinrich Heine

Es war ein alter König,
Sein Herz war schwer, sein Haupt war grau;
Der arme alte König,
Er nahm eine junge Frau.

Es war ein schöner Page,
Blond war sein Haupt, leicht war sein Sinn;
Er trug die seidne Schleppe
Der jungen Königin.

Kennst du das alte Liedchen?
Es klingt so süss, es klingt so trüb!
Sie mussten beide sterben,
Sie hatten sich viel zu lieb.

[23]

STP là Standard Temperature and Pressure (điều kiện chuẩn định), tức nhiệt độ 0°C hay 180°F, và áp suất không khí 1 atmosphere hay 760mm thủy ngân.

[41]

Bài này viết với cảm hứng sau khi đọc bài thơ cùng tên "Hịch" của Nguyên Sa, mở đầu như sau:

Bằng hơi thở thiên thần
Bằng giọng nói đam mê
Bằng ngón tay mầu nhiệm

Ta truyền:
Hỡi Saigon ban đêm mở cửa!

www.ingramcontent.com/pod-product-compliance
Lightning Source LLC
Chambersburg PA
CBHW031632160426
43196CB00006B/377